காரிகை கனவுகள்

பதிப்பகம்

காரிகை கனவுகள்

Written by Multiple Authors

Copyright ©

Multiple Authors - POETRY WORLD ORG 2020

ISBN (Paperback) - 9789389959611

First Edition : 2020

Book Design by POETRY WORLD

காரிகை கனவுகள்

தலைமை தொகுப்பாளர்

சே.அ.பார்கவி

தொகுப்பாளர்

சங்கீதா நாகு

தலைமை தொகுப்பாளர்

இவர் திருமதி.பார்கவி சிவபிரகாஷ், மஞ்சள் மாநகரமான ஈரோட்டை சேர்ந்தவள். இவள் புனைப்பெயர் "கவியின் கவிதை". கணிதவியல் முதுகலை பட்டம் முடித்தவள். இன்று தன் கனவுகளை முழு மனதோடு ஆர்வமாய் பின் தொடர்கிறார்.

தனது இன்ஸ்டாகிராம் பக்கத்தில் (@kaviyinkavithai) ஏறத்தாழ 2500க்கும் மேற்பட்ட குறுங்கவிதைகள், நீள்கவிதைகள் பல புனைந்துள்ளார். *Spectrum of thoughts*ல் இணை எழுத்தாளராகவும், தன் முதல் கவிதை திரட்டான *"Enticement of fondness*/காதலின் தாகங்கள்" தொகுத்துள்ளார். இப்பொழுது *Poetry World Organisation*ல் தலைமை தொகுப்பாளராய் பல கவிதை திரட்டினை வழங்கி வருகிறார்.

தொகுப்பாளர்

சங்கீதா நாகு என்னும் இவர் தமிழ்நாட்டின் சிவகங்கை மாவட்டத்தில் உள்ள புலியூர் கிராமத்தைச் சேர்ந்தவராவர். இவரது தந்தை நாகு ராக்கன் என்பவராவர். இவர் கட்டடத் தொழில் செய்யும் கொத்தனார் ஆவர். சங்கீதா நாகு சிவகங்கை மாவட்டத்தின் இளையாங்குடியில் உள்ள சாகீர் உசேன் கலைக்கல்லூரியில் 2018-ம் ஆண்டு இயற்பியலில் இளங்கலை பட்டம் பெற்றார்.

அங்கு நடந்த ஹைக்கூ புத்தக (சீட்லெஸ் மனிதர்கள்) வெளியீட்டு விழாவில் கலந்துகொண்டு இவரது தமிழ்ப்பயணம் தொடங்கியது. அதில் அவர் எழுதிய ஹைக்கூ கவிமாமணி தி. மு. அப்துல்காதர் அவர்களின் பாராட்டைப்

பெற்றது குறிப்பிடத்தக்கது. இவரது கவிதைகள் எப்பொழுதும் பெண்களைப் பற்றியே இருக்கும்.

மேலும் இவர் ஓர் பெண்ணியவாதி ஆவார். பின் சிவகங்கை மாவட்டத்தில் உள்ள மன்னர் துரைசிங்கம் அரசு கலை கல்லூரியில் இயற்பியலில் முதுகலை பட்டம் பெற்றார். தமிழ் மீதுள்ள காதலாலும், பெண்மை பற்றிய கருத்துகளை எடுத்துரைக்கவும் தமிழில் பல கவிதைகள் மற்றும் ஹைக்கூ சங்கீதா நாகு என்னும் பெயரில் எழுதி வருகிறார்.

காரிகை கனவுகள்

பெண்களின் மனதில் ஆழத்தில் வடுக்களாகவும்

வலிகளாகவும் புதைந்துள்ள கனவுகளின்

கவித்துவ ஈரத்தோடு எடுத்துரைக்கும்.....

இந்தக் கனவுகள் கவிதைத்திரட்டு

உள்ளடக்கம்

கனவுக்காதல்....

எங்கோ நான்
உன்னால்
தொலை(ந்)த்த
அந்த கனவுக் காதலை
இன்று தடயமில்லாது
போனாலும் கூட
தடம்மாறி வேறொரு
கரை சேர்ந்தது கண்ணவனே..

உன் வருகாமையால்
இழந்த பலவற்றுள்,
நீ இன்று இல்லை
என்றானதால்
எனக்கென உள்ள
ஒற்றை வரம் இவள்...

நாளை நீ
அறியும் நேரம்
பெருமையுறுவாயா
என நான் அறியேன்,
ஆனால் நிச்சயம்
நான் கர்வமுறுவேன்
இவையே எனக்கான
துணையென...

கவியின் கவிதை

கல்விக்கனா....

கனவுகள் பல சுமந்து உனைப்போலவே
இப்பூமிக்கு இவளும் பிரவேசிக்கிறாள்.!

இப்புதிய உலகில் கள்ளிப்பாலுக்கு
தப்பித்த பெண்மைதான்,
காமத்துப்பாலுக்கு
இரையாக்கப்படுகிறது!

சிலரின் இச்சைக்கு மட்டும் பலியாவதுதான்,
இவளின் தலைவிதியா?
புத்தகப்பை சுமக்கவேண்டிய வயதில், நீங்கள்
சான்றளிப்பதாய் எண்ணி மாங்கல்யத்தை
பரிசளிக்கிறீர்கள்!

சிறகு ஏந்தி பறக்கும் வயதில்,
மங்கலம் என்ற சிறையில் அடைப்பதுதான்
முறையா?

புதுஉறவே வேண்டாமென்று,
அவள் விலகுவதில்லை
அவளுக்கும்
கனா உண்டென்று உணர்ந்துகொள்!

அவளுக்கும் வெளியில் சென்று
படிக்கவேண்டும் என்று உள்ளூர
கொள்ளை ஆசைதான்!!

அதற்கும் இவ்வுலகம் அதன் விளையாட்டாய்
பாதுகாப்பு என்ற பெயரில்
பகடைக்காயாய்
பயன்படுத்துகிறது!

வளரும் அத்தனை பருவத்திலும்
அவளுக்கு
மட்டும் அத்துணை பாரபட்சம் சரிதானா?

அழகாய் அலங்கரித்துப் பூஜை செய்து
உணவு படைத்துவிட்டு பொம்மையாய் அமர்ந்திருக்கும்
கடவுளாய் என்னை ஆக்காதே!

பசியாறியபின் கிடைக்கும் படையல் எப்படியோ
அப்படித்தான் கல்வியில்லா
கலைமகளின்
கண்ணிமையும்!

உனது நிராசை, பாரபட்சம், விளையாட்டு, கடவுள்
எனும் உணர்வுகளுக்குள் என்னை அலங்கரிக்காதே!
கல்வி எனும் ஒற்றைச்சிறகை மட்டும்
அவளிடம் கொடுத்துவிடு!

உலகமே வியந்துபார்க்கும், பீனிக்ஃஸ்
பறவையாய் உருமாறுவாள்
ஒவ்வொரு பெண்மையும்!

சங்கீதா நாகு

அக்னிச்சிறகின் கனவு

இங்கு பல பாரதியார்களின் கவிதைகளில்,
கண்ணம்மாவைத் தான் கண்டிட முடிகிறது,
புதுமைப் பெண்ணும் புதைந்து போனாளோ?

இங்கு பல ஜான்சி ராணிகளின் அடுப்பங்கரையில்,
கரித்துண்டே கண்ணுக்கு எட்டுகிறது,
பதக்கங்களும் கரித்துணிக்குள் ஒளிந்து போனதோ?

இங்கு பல பெரியார்களின் கொள்கைகள்,
நாவினில் மட்டும் நாட்டியம் ஆடுதே,
நடைமுறையில் நடத்திக் காட்டிட முடியுமோ?

இங்கு பல கண்ணகிகளின் கோபம்,
கண்ணுக்குள்ளேயே கலைந்து விடுகிறதே,
வெளியேதான் காட்டிட உரிமை உண்டோ?

இங்கு பல அக்னிச்சிறகுகளின் கனவு,
அவற்றையே எரித்து விடுகின்றது,
வெளியே பறந்திடு! உயர்ந்து பறந்திடு!

சதாக்ஷி. சி

அதிகபட்ச கனவு

பிறந்த உடனேயே பெண் என்றால் கள்ளிப்பால்,
வளரும் பொழுதே பெண் என்றால்
சிறுவர் துஷ்பிரயோகம்,
பள்ளிப் பருவத்தில் பெண் என்றால்
இளக்காரம்,
வயது வந்ததும் பெண் என்றால்
தீட்டு,
கல்யாணம் ஆனதும் பெண் என்றால்
அடுப்பங்கரை,
வேலைக்குச் செல்லுமிடத்தில் பெண் என்றால்
குறைந்த சம்பளம்,
ஆணுக்கு சமமாக பெண்களுக்கு மதிப்பு இல்லை
என்றால் எதற்கு?
பெண் என்ற இனம்!
மறுபிறவி பெண்ணாக வேண்டாம் என்பதே தினம்
தினம்
நான் காணும் அதிகபட்ச கனவு!!

அகிலா நாகராசன்

ஆசை

சில்லென்ற சாரல் நடுவே, தான் சீண்டும்

சிறுமழைத்துளி ஒவ்வொன்றும்

இம்மானுட மனங்களில் மகிழ்ச்சியாய் மலரவேண்டும்

என்ற சிறுமிஅவளின் சிறிய ஆசை!

கன்னியவள், கண்கள் கலங்காது

கயவர்தம் மாட்டாது - தன் கனவுச்சிறகினைக் கொண்டு

அக்னிப்பறவையாய் அலைய எண்ணும்

அவளின் அடங்கா ஆசை!

சிப்பிக்குள் முத்தென சுமந்து

புதையலாய் தன்சிசுவை உச்சிமுகர்ந்து

இப்பூவுலகில் புதிதாய் பிறக்க எண்ணும்

அந்த காரிகையின் ஆசை!!!

முகில் வண்ணன்.ஆ.ச

ஆசைதான்

கொட்டிக்கிடக்கும் மேகங்களை

கட்டி வைத்துக்கொள்ள ஆசை இல்லை,

கட்டி வைத்து இருக்கும் ஆசைகளை

கொட்டித்தீர்த்து விட தான் ஆசை.

பறந்து சென்று விண்ணை தொட ஆசை இல்லை,

நடந்து செல்லும் போது இருக்கும்

தடைக்கற்களை உடைத்து எறிந்திட ஆசை.

கடலில் குதித்து முத்துகள் எடுக்க ஆசை இல்லை,

என் கனவுகளை எல்லாம் நிஜமாக்கி விட தான் ஆசை.

காலங்கள் ஆயிரம் வாழ ஆசை இல்லை,

என் பெற்றோரை காலங்கள் யாவும் நான் காத்திட

ஆசை.

ஆடை ஆபரணம் வாங்கி குவிக்க ஆசை இல்லை,

என்னவனின் அன்பு ஒன்றிற்கே ஆசை.

R.Alagulakshmi

ஆளில்லாமல் போனதே!...

இருக்கும் இடத்திற்கும்
இருக்கப்போகும் இடத்திற்கும்
இடையில்

எண்ணிலடங்கா கற்பனைக் கனவுகள்
சொல்ல முடியாதவைகளாக ஊஞ்சலாடுகின்றன .
மனதில் ஆயிரம் ஆயிரம் கனவுகளோடும் சொல்ல
முடியாத சோகங்களோடும் தலையணையில் கண்ணீர்
துளிகளாய் அரங்கேறுகிறது.
ஒவ்வொரு விடியலை எதிர் நோக்கும் போதும்
நினைவலைகள் கனவு அலைகளாக
தென்றல் போல் அங்கும் இங்கும்,
ஒரு நாள் என் கனவுகள் நனவாகும் என காத்திருந்த
கனவுகள் விடை தராமலே
என்னிடம் இருந்து பிரியாவிடை பெற்றுக் கொண்டன.
என் கொலுசு ஒலிக்கும் சத்தம் என்னை
சுற்றி இருப்போருக்கு கேட்டது
என் கனவுகள் ஒலிக்கும் சத்தம் கேட்க ஆளில்லாமல்
போனது....

சிந்தனை சிற்பி ரூபியின் எழுத்தாணி

இல்லறவாழ்வின் மறுபக்கம்

மனம் குமுறும் வாழ்நாள் முழுவதும்...

துயரம் தொடரும் பயணம் முழுவதும்...

மகிழ்ச்சி இல்லாத இல்லற கனவு...

இடைப்பட்ட காலத்தில்

சில இன்பமுட்டும் உறவுகள்....

அந்த உறவுகள் வழியே தொடர்ந்து

என் வாழ்க்கை எத்தனை நாள் தொடரும்....

என்று தெரியவில்லை

ஆனால் தொடர வேண்டும்

என் மூச்சு உள்ளவரை

சுயநலமா? என்று தெரியவில்லை அல்லது

என் பயணம் தொடரவா என்றும் தெரியவில்லை

ஆனால் நீடிக்க வேண்டும் என்று மனம் சொல்கிறது

கசப்பு நிறைந்த பயணம் இருந்தும் தொடரும்....

தொடரும்... என் இல்லற வாழ்க்கை....

N. Iswarya

இன்னொரு உலகம்

டிக்கடை பெஞ்ச் அமர்ந்து

தோழிகளோடு கதைத்திட

வேண்டும்..,

பெண்மை ஓர் அடிமையென்ற

எண்ணம் நீக்கி

சக மானுடம் என நினைக்கும்

மனிதர்கள் சூழ்

உலகில் வாழ வேண்டும்...

அடுப்படி மட்டும் வாழ்க்கை இல்லை ஆழிசூழ்

உலகில்..

பெண்மை ஆள வேண்டியது

இன்னுமொரு உலகம்

என்று அனைவரும்

உணர வேண்டும்.

ஆதிபிரபா....

இவள் கனா

பெண்மை பரிமாணத்தில் படர்ந்து,

பட்டுபோனதோ இவள் கனா...

இளக சிரித்து இறுக்கிய மனம்,

உணர்வை உருக்குலைத்ததோ இவள் கனா...

இரவளின் இருளும்,

நீள்விழி நீரோடையும்,

சொல்லும் இவள் கனா...

கருவிழியின் கதை,

கணிக்கும் பெண்மையிவள் கனவை

மறந்தனரோ மானிடர்கள்...

சொல்லாடல் கவன சிதறலில்,

சிதைந்த பல கனவுகள்,

சொல்லி முடிவதில்லை...

பிறர் கரம் ஓங்க தாழ்த்தப்பட்ட பெண்மையையிட,

மங்கையிவள் கரம் ஓங்கிடுவதோயென,

உயர்த்தப்பட்ட கரங்களே பல...

பெருமை கொள்ளாதே,

பேணிகாத்தோமென...

ஈரநிலா...

இறைவியின் இயலாமை

திறம் கொண்ட மட்டும் மோதி

மண்டை உடைத்து உதிர தானம்

தன் கனவுக்கு காணிக்கையாய் ...

பல கரம் கொண்டு ஒடுக்கியது

காரிகை என்ற ஒற்றை காரணம்

மனம் இல்லா தசை பிண்டம் ஈன்றது

என உணரா பேதை மாக்கள் என்று உணர்வர்...

அறிவில் உயர்ந்தோர் இறைவி

அவள் கனவுகள் நனவானால் ஒரு யுகம்

கடக்கும் எதிர்காலம் இதுவென...

என் கனவும் ஒழிந்தது கடமையில், பொறுப்பில்,

விட்டுக் கொடுத்தலில்...

நெஞ்சில் எரியும் அணையா தீயை

அணைக்கும் காலம் வரை வளர்பேன்

அக்கினிக்குஞ்சாய் மரணம் வரையில்.

விஜி தேவி

உந்தன் கூந்தல் முடியைப் போல....

வர்ணிக்க முடியாத

உன் அழகும்

நான் பார்த்து ரசிக்கும்

உன்பார்வையும்

உன் விழிகள்

என்னிடம்

பேசும் வார்த்தையும்

நான் எழுத

நினைக்கும் போது

என் எழுத்துகளும்

சிக்கிக் கொள்கிறது

உந்தன் கூந்தல்

முடியைப் போல...

விஜய் கண்ணையராஜ்

ஊமையின் மொழி

பெண்ணென்ற பேதையை
வையகம் நோக்கும் வழி வேறன்றோ..

உற்றதைச் சொல்லக்கூட
உரிமையற்ற சாதியன்றோ..

உணர்வதை உள்ளடக்கி
ஊனதை சடமாக்கி
உறவுக்காய் வாழ்ந்திடும்
உயர் பிறப்பன்றோ?

தனக்கென கனவுகள்
ஆயிரம் இருந்தாலும்
தன்னுறவு வளர்ச்சியே
தலைசிறந்த கனவாம்.

அன்பன் குரு நிர்மல் ராஜ்

என் கனவுகள் கரைகிறது

ஓடியாடும் வயதில் ஒளித்து வளர்த்தனர்

பூப்படைந்ததும் புன்னகையை

பூட்டி வைத்தனர்

கல்லூரி முடிந்ததும் கனவை கசக்கினார்

பெற்றோர் வளர்ப்பில் பெருமிதம்

அடையமுடியவில்லை

கணவன் கண்ணில் கன்னியாகவே திகழ்தேன்

பிள்ளைகளை பெற்றதும்

பெண்மையை உணர்ந்தேன்

உணர்ந்ததும் தெளிந்தேன் இதுவல்ல வாழ்க்கையென

பொய்மை சிரிப்புடன் பொறுத்து வாழ்கிறேன்

கனவுகளெல்லாம் தேநீரில் கரையும் சர்க்கரை

போலானது

குடும்பத்தாருக்கு கொடுத்துவிட்டு

என்னை மறந்தேன்..

வெ.நந்தகிருஷ்ணா

ஒர் காரிகையின் கதறல்

காலத்தை நிர்ணயிக்க பெரும்பொறுப்பு

நொடிமுள்ளிற்கிருந்தாலும்

நினைவலைகளே தீர்மானித்தன

மானுடரின் நொடிப்பொழுதை..

மணநாள் நோக்கி மௌனமாய் நகர்ந்தன கன்னியவள்

நொடிப்பொழுது.

கண்ணிமையில் மையிட்டு, திருஷ்டிக்காக கன்னத்தில்

சிறுபொட்டிட்டு

பட்டுப்பாவாடை சட்டையுடுத்தி நடைபழக விரல்பிடித்த

கைகள்...

பள்ளிக்கூட ஜடைபின்னி,

பரபரப்பாய் சமைத்துக்கொடுத்து மிதிவண்டியில்

போகையிலே,

ஈரமதை முந்தானையில் துடைத்துவிட்டு வழியனுப்பும்

கைகள்..

அங்குமிங்கும் அலைந்து திரிந்து, படாதபாடுபட்டு

கடன்வாங்கி

கல்லூரி கட்டணம் செலுத்தும் அந்த காப்பு காய்த்த

கைகள்..

அக்கைகள்...
சட்டென ஓர் வரன் பிடித்து தன்னையே அவனிடம்
ஒப்படைக்க நினைத்தால் என்செய்வாள் அவள்!

தூக்கிவளர்த்த கைகளைத் தட்டிவிட மறுத்தது மனம்!
ஊமையானாள் அவள்!
கழுத்தில் மஞ்சள் கயிறுடனும் கண்களில் வழியும்
நீருடனும் நின்றாள் ஈன்றவள் எதிரே!
பாரம் மௌனம் தனை உடைக்க
கட்டிக் கதறலானாள் ஆங்கே!
கதறலின் காரணம் யாதோ?

தாயின் பிரிவோ? கைசேர இயலா காதலன்
நினைவோ? காரிகையின் கனவோ?
யார் அறிவார்? யாவும் அந்த கதறலோடு
புதைக்கப்பட்டது

மெய்யறிவு.பா.ஞா

ஓர் பாவைக்கான பாடல்

மானிட மங்கையாய் மலர்ந்தது

ஏனோ! இவ்வுலகில்...

சுவருக்குள் முடங்கி

கிடப்பதற்கோ! காரணம்

கற்பினால் :

அடிமையாக்கப்படுகிறாய் கயவரின்

உதிரத்தால் உன் தாகம் தீர்த்து ..

உனக்கென உரிமைக்குரலொன்றின்

ஓசையை எழுப்பு..

இளமையில் கண்ட இலக்குகளை

மறைப்பது ஏனோ!

இமைக்கிடையில் நீரூபத்தில்லா நீர்

வடிவது ஏனோ!

மஞ்சள் கயிற்றால் எமலோகம்

சென்றதாலோ!

கனவுகள் ஆயிரத்தையும் அடைத்து

கொள்கிறாயே!

அடுப்பங்கரையில் அறிவு

கிட்டுமோ! உமக்கு

அழுகைக்குரல◌ மட்டுமே மிஞ்சும்.

மதுவே மயங்கி கிடந்தது போதுமே!!

மலையென எழுந்திடு..

கடலையும் கைகளால் அள்ளிடு

விண்ணையும் உந்தன் விரலால்

தொட்டிடு...

பேதையே மெய்சிலிர்க்கும்

மெய்மையாய்..

மேன்மையாய் உருவெடு நீ...

M. Sivashanmugam

ஒரு பெண்ணின் ஆசைகள்

கண்கள் கூட

கவிதை பேசும்

உன்னை

பார்க்கும் போது

ஆனால்..

கவிதை கூட கண்ணீர் சிந்தும்,

உன்னை

பார்க்காத போது.

எனக்கு எல்லாம் நீ

தான்னு சொல்லுறது உனக்கு

வேணும்ன்னா வெறும் சின்ன வார்த்தை யாக

இருக்கலாம்..

ஆனால்

என் மாமா செல்வன்..

அதற்குள்ளதான்

என்

உயிரே இருக்கு மாமா....

உன்னிடத்தில் எந்த எதிர்பார்ப்பும் வைத்ததில்லை

மாமா....

உன் அன்பை தவிர

ஒவ்வவொரு முறையும் உன்னை

நினைக்கும்போது இறைவனிடம் வரம் கேட்டேன்..

ஒவ்வொரு நட்சத்திரத்தை படைக்கச் சொன்னேன்....

என் மாமா...

வெளிய வந்து பார்...

உன்னை

எவ்வளவு நினைக்கிறேன் என்று...

நதியில் விழுந்த இலையும் ...

காதலில் விழுந்த
மனமும்...
ஒன்று தான்...
இரண்டுமே கரை சேரும் வரை தத்தளித்துக்
கொண்டே தான் இருக்கும்.....
இதுவே
பெண்ணின் சொல்லப்படாத கனவுகள்
என்கிறேன்.

திவ்யா. வீ

கருவறை கண்மணி

திறக்கப்படாத பெண்ணின்
சொல்லப்படாத பக்கங்களின்
பொக்கிஷங்கள்...
இவள் வரைந்து வைக்கப்பட்ட சித்திரங்கள்...
வலிகளால் வர்ணிக்கப்பட்ட
வானத்து தேவதை...
கனவுலகில் மட்டுமே
சூடப்பட்ட கௌரவங்கள்...
யாசகம் பெற்ற தூரிகை
இவள்......
ரசிக்க மட்டுமே அனுமதி
பெற்ற அதிர்ஷ்டசாலி...
பெண்ணானவள்
சித்தரிப்புகளுக்காய் மட்டுமே...!
இரகசியத்தின் ராணியாய் மறைக்கப்படுபவள்...
தன்னை நேசிப்பவர்களுக்காய்...!
நிராசைகளை மட்டுமே தொடர்கதையாய் வாழ்பவள்...!
என்றும் நிராசை காதலி.

சந்தியா

கண்ணம்மா

குடிசை வீட்டு ஜன்னலில் கோழி கூவும் திண்ணையில்
காத்திருந்த நட்சத்திரங்கள் நாங்கள்.

ஆசைகள் ஆயிரம் இருந்தும் அண்ணாந்து பாக்கும்
வானமா போச்சி காலம்.

அப்பத்தால இருந்து ஆத்தா வர இப்படித்தான்
சொன்னாங்க.

என் வழியாச்சும் மாறணும்முன்னு நான் போன
பாதையோ இம்புட்டு நாளும் சொல்லல.

பொட்ட காட்டுலயும் விதையெல்லாம் நான்
விதைச்சேன்
விளையரத்துக்குள்ள வித்துப்புட்டீங்களே.

போட்ட முடிச்சோட மஞ்ச சாயம் போகல
வெறுஞ்சிருக்கி வக்கனையா பேசுறான்னு வாயயும்
அடைச்சாங்க.

பொம்பளய எல்லாம் அடக்கி வைக்கணும்டா
மீசை வச்சவங்க சொல்லி வச்சாங்க

தாலிக்கும் கோவிலுக்கும் தவமாயிருக்க என்
கண்ணீருல பொறந்தா கண்ணம்மா!

அவ கண்ணுக்கு இந்த உலகத்த எப்படி காமிக்க.

விருப்பத்துக்கு விட்டுட்டா வேறு என்ன பேறு
வைப்பாங்களோ?

பயத்துல பாதி நாளும் போயி பருவமும்
அடஞ்சிட்டா.

படிப்ப கூட முடிக்கல அவளையும் மூணு முடிச்சிக்கு
சொந்த காரி ஆக்கிட்டிங்களே!

சோறு வடிச்சு சுகம் கொடுக்க இது தான் எங்க
பொறப்பா?

ஆசை பட்டத கூட அவங்க சொன்னாதா
நடக்கனும்னா அடுத்த ஜென்மத்துல ஆம்பளயா
பொறக்க சாபம் வாங்கிக்குவோம்.

கொஞ்சம் பொறு கண்ணு அம்மாவும் வந்துறேன்.

உன் சமாதியில என் கண்ணீர விட்டுட்டு போறத தவிர
வேறு வழி ஒன்னும் தெரியல கண்ணம்மா.

துரை காசி ராஜன்

கண்ணீரில் கரைந்தக் கனவுகள்

கார்மேகம் கண்ணீர் சிந்தினால் உயிர்கள்

புன்னகைக்கும்

காரிகை நெஞ்சில் கனவுகள்

கனக்காதச் சுமைகளாகும்

கரையை முத்தமிட்டு அலைகள்

கடலைத் தான் வந்து சேரும்

மாதரே, உன் கடமை கருவை கருவறையில் சுமப்பதில்

மட்டும் முடிவதில்லை

நிழலான உன் கனவுகள் நிச்சயமாக நிறைவேற

சலிக்காமல் முயற்சிப்பதும் உனது கடமையே...

உறக்கத்திலும் தொடரும் சிறகில்லா கனவுகள் விழித்த

பின் மறப்பதற்கு இல்லை

உன்னையே உருக்கி உருவமில்லா

உன் ஆசைகளுக்கு உயிர் கொடு

அரும்புக்குள் பூக்கள் ஒளிந்திருக்கிறது

பெண்ணின் மனதில் சொல்லப்படாத கனவுகள்

இதயவறையிலே கலைந்துவிடுகிறது

கண்ட கனாக்கள் யாவும் நிறைவேறாத

தருணம் உயிரோடு தீக்குளிப்பதற்குச் சமம்

நீ கண்ட கனாக்களை ஊருக்குப் பயந்து உயிரோடு

புதைத்துவிடாதே !

கண்களில் சிறு முத்துக்களை ஏந்தியப்படியே உன்

வாழ்நாளைக் கழிக்காதே

பிறப்பு ஒரு முறை மட்டுமே, போராடி

உன் கனவுகளை நினைவாக்கி,

வெற்றிக்கனியைப் பறித்திடு !

கனவுகள் அழகானது, அவை சிறைப்பட்டிருக்காமல்

சிறகடித்து பறக்கட்டும் உன்னோடு

தயாளினி குணசேகரன்

கனவுக்கண்ணி

நம்மில் எத்தனை பேர் நம்மை ஈன்றெடுத்தவளிடம்
'நீ என்னவாக ஆசைப்பட்டாய்' என்று
கேட்டிருப்போம்
எத்தனை பேர் அவள் கனவை
நனவாக்க முயன்றிருப்போம்
ஆணின் ஆசைக்கு வழிகாட்டும் சமூகம்
பெண்ணிற்கு மட்டும் ஏன் பாரபட்சம் காட்டுகிறது
வாழ்வின் ஒரு நிலையை அடைவதற்கு பெண்ணின்
உழைப்பை எடுத்துக்கொள்வோரில் எத்தனை பேர்
அவளின் கனவை அவள் அடைவதற்கு
உழைக்கிறார்கள்?
தம்மைச் சேர்ந்தோர் அனைவரின் கனவுகளுக்கும்
துணைநின்றவளாய்
பிறகு பார்த்துக் கொள்வோம் என்று
தன் சின்னஞ்சிறு கனவுகளைக் கூட தன்னுள்
புதைத்தவளாய்
கடைசிவரை தன் கனவை யாரிடமும் சொல்லாமல்
மண்ணோடு மண்ணாய் புதைந்து போகிறாள்
'தெய்வத்தான் ஆகாது எனினும் முயற்சிபெண்
மெய்வருத்தக் கூலி தரப்படவேண்டும்'.

Varshini N

கனவெனும் அனல்

அறியாத பருவத்தில் பேதையாய்!

தெரிவை பெற்றெடுத்த பிள்ளையாய்!

கனவுகள் காண கனாக்கள்!

பேரம் பேசாத பெதும்பை அவள்!

மக்காத மனமே மங்கையாய்!

தடுக்கிவிடும் பருவம் மடந்தையாய்!

அறிந்திருக்க அறிவு அறிவையாய்!

பிறந்து வளர்ந்து பிறக்கவில்லை!

திரிந்து திறந்து பேசவில்லை!

அளந்து அழகாய் பார்க்கப்பட்டு!

மணந்து மீண்டும் மடிவதேனோ?

மனதில் எழும் எழுமின்களே!

இச்சைகளுக்கு பலி ஆகாதே!

நீதிக்கு பிறரிடம் தஞ்சம்போகாதே!

நீதியே பெண்களென மாறிட வேண்டும்!

இராவணச்சி

கனவுகள்

காரிகையின் கனவுகள்...

ஏராளம் எனினும்

அதை மனதில் புதைத்தாள்

தன் குடும்பத்திற்காக...

சில நேரங்களில்...

வெளிப்பட்டு விடுகின்றன..

அவள் எண்ணற்ற படைப்புகளில்

K. Bhagyalakshmi

கனா

கனவுகளின் வாழ்க்கையில்

கண்ணெதிரே காயமடா...

காயங்களே வாழ்க்கையானால்.,

கனவைத் தேடி போகுமடா...

கனவாகினும், ரணமாகினும்

மென்மை இங்கு, குணமாகனும்

குணமும் கொஞ்சம் மாறிவிட்டால்.,

வாழ்க்கை கனவே அது தொலைதூரமாகிடுமே.....

பயணம் அது தெரிந்துவிட்டால்.,

கனவும் கூட தெளிந்திடுமே!

Faruq_m_s

கவிஞனாய் நான்....

அவள் நினைப்பு

என்னை மென்மையாக பேச சொன்னது

பூக்களைக் கிள்ளாமல் ரசிக்க சொன்னது

எறும்பை மீதிக்காமல் நடக்க சொன்னது

என் கவிதைக்கு வரிகள் சொன்னது

கடல் அலைகளின் அர்த்தம் சொன்னது

இரவு அமைதியின் அழுத்தம் சொன்னது

காலத்தின் மேன்மை சொன்னது

நினைவுகளின் இனிமை சொன்னது

சொல்லா காதலின் வலிமை சொன்னது

எதார்த்தம் தரும் வலிகள் சொன்னது

இதை எழுதி வைத்தேன்

உலகம் என்னை கவிஞன் என்றது

Joshua

கலைந்த கனவுகள்

பிடித்த துறையில் பட்டம்

பெறவே இவளுக்கு ஆசை,

பிறரின் கருத்துக்களால் மாறிப்போனதே

இவள் வாழ்க்கையின் திசை.

கிடைத்த வேலையாவது செய்யலாம் என்ற

எண்ணத்தையும்,

கிடப்பிலே எறிந்துவிட்டுச் செல்கிறது இவளின் சுற்றம்.

விரும்பியவனின் விரல் பிடிக்கத் துடிக்கின்றது இதயம்,

விருப்பமில்லா திருமணத்தாலேயே

இவள் கனவுகளும் சிதையும்.

நிறைவேறாத கனவுகளே நிறைந்திருக்கும்,

நித்திரையிலும் நிம்மதி தொலைந்திருக்கும்.

சுயசிந்தனையோடு வாழும்

சுதந்திர வாழ்வையும்

பறித்துவிடுகிறதே இந்த பாவி சமூகம்.

கனவு தேசத்திலேயே கரைந்திடுமோ

இக்காரிகையின் கனவுக்கோட்டையும்.

உயிர்த்தெழு நதியா

கனவுகளின் எச்சங்கள்.....

என்னில் செல்லப்படாத
என் கனவுகளைத் தேடி
வார்த்தையால் கவி படிக்க விழைந்தேன்...

என் கல்வி முதல் கல்யாணம் வரையில்
நிராகரிக்கப்பட்ட என் கனவுகளினால் சிந்தி
காய்ந்த என் கண்ணீரின் திட்டுக்கள் மீண்டும்
உயிர்பெற்று
கடல் போல் திரண்டு என்னைப்பற்றி
எழுது என்றது....

உண்ணும் உணவிலும்
உடுத்தும் உடையிலும்
நசுக்கப்பட்ட என் ஆசைகளினால் உண்டான
பெருமூச்சுக்களின் ஓலங்கள்
ஒன்றாகக் கூடி
என்னையும் சேர்த்து எழுது என்றது..

மிகச்சிறிய கனவான நீண்ட உறக்கம் கூட
விலக்கப்படுகையில் கட்டியணைத்து கதறும்
என் பிரியமான டைரியோ
உன் கனவுகளின் எச்சங்களை

அழியாமல் சுமக்கும்
என்னையும் சேர்த்துக்கொள் என்றது

நிதர்சனம் உணர்ந்தவளாய்
என்னில் துயில் கொள்ளும்
என் கனவுகளை கலைக்காமல்
சத்தமின்றி கடந்து விட்டேன்
என் கற்பனை உலகை விட்டு.

ரா. ராஜலட்சுமி

கனவுகளான காரிகைகள்

ஒளியற்ற யிலையே யிவள்

இயற்கை யேயது யிவ ளிசைவில்லை

ஒளியுண் டென அறிந்துமவள் விலக விதியிது

ஈன்றவ எறியா விதைத்த வனறியா - வந்தவளை

பெறாது பெற்ற பேராக தேரா யாக்கியவளும்

இவள் வழியே யொளியற்று வந்தவளாயிற்றே

ஆசை மட்டுமேயுற்று வளர்தவளாயிற்றே

இவள் பெற்றும்வாழ வேண்டி - வழிநின்றவளாயிற்றே

அவளற் றிவளின்று நிற்க

ஆசை மட்டுமேயுற்றவள தாசையை தனதாக்க

யிவளௌளி விலக்கி யதைநோக்கி செல்ல இவள்

பயணம் புனிதம்

-ஒளியென வந்த யிவனின்று அவள்போல் ஒளியற்ற

குழந்தையை ஒளியாக

ஏற்று நிற்கிறான்

முரளி பழனிசாமி

காத்திருக்கிறேன்...

என் வாழ்நாள் முழுவதையும் உனக்காக ஒதுக்குகிறேன்.

எனக்காக இரண்டு நிமிடம் ஒதுக்கு.

எதற்கு, உன் தோள் சாய்ந்து அழுவதற்காக.

அப்பொழுது உன் கரம் பிடித்து மணமுடிக்க

ஏங்கினேன்.

இப்பொழுது உன் கரம் பிடிக்கவே ஏங்குகிறேன்.

அன்று என்னை பார்க்க வருவாய் என்று

எதிர்பார்த்தேன்.

இன்று என்னை பார்ப்பாயா என்று எதிர்பார்க்கிறேன்.

அன்று நீ எனக்காக காத்திருந்தாய் வழியில்.

இன்று நான் உனக்காக காத்திருக்கிறேன் விழியில்.

போய் வருகிறேன் என்று கூறி சென்றீர்கள்,

நீங்கள் வரும் வழி தேடிப் போன வழி பார்த்து

காத்திருக்கிறேன் இன்று.

நீ வேண்டும் எனக்கு.

நான் வேண்டாமா உனக்கு.

காசு பணம் எதுக்கு.

சந்தோசம் வேண்டும் நமக்கு

Thirumurugan.R

காரிகையின் கனவு

பிறக்கும் முன்னே கனவுகள்
துளிர்க்கிறது கருவில்...
துளிர்த்த நொடியில் இறக்கிறது
கள்ளிபாலின் உருவில்...

அகிலமாளும் ஆசை யாவும்
அடுப்பங்கறை சுற்றி எரிகிறது...
ஆடையணியும் பாஷைகண்டு
அகிலம் பேசாமொழிபேசி அளக்கிறது..

நட்போடு கைகோர்த்து நடக்க
நினைத்ததுண்டு நாட்டுக்கே
புதிரான காதல், சதியென எண்ணி
கற்பனையில் கலைத்ததுண்டு...

மனத்தின் ஆழம் அளந்தவனை
மணந்திடவும் ஆசையுண்டு
எண்ணில் அடங்கா கௌரவ
கொலைகளை கண்டு உணர்வுகளை
உயிரோடு கொன்று புதைத்ததுண்டு.

மணிகண்டன்.அ

காரிகையின் காரிருள் ஒசை

இயற்கையின் இனியதொரு படைப்பில்
அரியதொரு படைப்பாய் அன்பின்
உருவாய் தோன்றியவள்,

உறவுகளால் ஒன்றிணைந்து
உணர்ச்சிகளால் போற்றப்பட்டவள்,

தேவனொருவனால் தேவியாகி
தேனமுது பொழிந்தவளை,

மோக விழிகளால் வேசித்தான்
வேடனொருவன், அகவையில்
பழுத்தவன் அறவழி உணர்த்துவான் என்று எண்ணி
பணிந்தவளை,

அழைத்தான் சோலைக்கு!
கண்கள் காரிருள் புகுந்து,
கண் நீராடியதே!
உள்ளம் வலியுண்டு!

M.SAKTHIVEL

காரிகையின் சொல்லப்படா கனவு

என் வாழ்வின் சொல்லப்படா கனவு..

எங்கே நான் தேடிய கனவு...

காரிகையாய் நான் தேடிய கனவு காவியம்..

எவருடனும் கூறயியலா என் வாழ்வில்

அர்த்தம் சேர்த்த என் கனவு..

கனவிலாவது, நிறைவேறுமா என ஏங்கிய என் கனவு!

நடுத்தர குடும்ப பெண்ணாய் பிறந்து நாள்தோறும்...

கனவைத் தேடிய பயணத்தில் இன்னல்களையும் ..,

அவமானங்களையும் கடந்து..

இன்றும் நிறைவேறுமா என்ற ஏக்கத்துடன்

விடாமுயற்சியை மட்டும்

துணையாய் கொண்டு

வாழ்வை கடந்து செல்கின்றேன்!

"பெண்ணின் சொல்லப்படா கனவை" எண்ணிக்

கொண்டு!!

Padmavathi.R

காலத்தின் பார்வையில்.....

வலியில் உடலை வருத்தி
தாயின் பனிக்குடம் உடைத்து
தங்கமங்கையாக தரணிக்கு வருகிறாள்...
தத்தி தவழ்ந்து எட்டுவைத்து நடந்து
குடும்பத்தின் குலவிளக்காய் வருகிறாள்...

பன்னிரு வருட பள்ளிப்படிப்பு
இதை தொடந்து கல்லூரி வாழ்க்கை...
எல்லாம் கனவாகி போனதோ...
உன் கனவும் கலைந்து போனதோ...
இதற்கெல்லாம் காரணம்
நீ பெண்ணாய் பிறந்ததா..?
உன்னை வளர்க்க தகுதியற்ற
இந்த சமூகத்தில் பிறந்ததா..?
மனமில்லாமல் மணமுடித்து
கனவுகளை மறைத்துவிட்டாய்...
காலமெல்லாம் உன் வாழ்வு
கண்ணீரோடு தானா..?
காலத்தின் பார்வையில்
அவள் கனவுகள் மறைக்கப்பட்டவையே.

சி.கார்த்திக்...

கானல் கனவுகள்

கனவாலே ஓர் மாளிகை அமைத்து,

கம்பீரமாய் அதன் கோட்டையைப்பிடித்து,

கர்வமாய் ஆட்சி புரிந்தாள்

கனவுலகின் இளவரசி.!

கண் இமைக்காமல் காத்து நின்று,

காலங்கள் பல கடந்திருந்து,

கனிவான கனவுகள் கைசேர

கலையாமல் அதை

அள்ளி கோர்த்து வைத்தாள்.!

கானல் நீராகிப் போனதோ.!

கனவெல்லாம் கரைந்தே போனதோ.!

கண்முன்னே கலைந்தே போனதோ.!

கணங்களாய் உறைந்தே போனதோ.!

கதை பேசிக்கடந்தே போனதோ.!

காற்றோடு இலையாடிப் போனதோ.!

காலமெனும் அயராத ஓட்டத்தில் -

காற்றில் வரைந்த காவியமாய்...!

காரிருள் தோய்ந்த ஓவியமாய்...!

கண்முன்னே காணாமல் போனதே,

களிப்பான காரிகைக் கனவுகள் எல்லாம்...!!

இரா.கவிநிலா

கூகை

இரவோடு நிலவாய் திரிய எண்ணினேன்..
இருளே முடிவாய் ஆனது...

பகலோடு பரிதியாய் அலைய எண்ணினேன்...
பகையோடு குருதிதான் மிஞ்சியது...

கற்க எண்ணி கல்வியை விரும்பினால் - என்னை
விற்க எண்ணி கரண்டியைப் பிடி என்கின்றனர்...

ஆசைகள் நிறைந்த கூட்டைக் கட்டினால்,
கூட்டைக் கலைக்க குருவியாய் கூடுகின்றனர்.

முத்தைக் காக்கும் சிப்பியாய்
என் கற்பைக் காத்தால்
பாம்பைப் பிடிக்கும் பருந்தாய் சில கூட்டம்...

பாஷை மறந்த குருவியாய் சில நாள்...
வேஷம் தரித்த கூகையாய் பல நாள்...

முக்காற் புள்ளியாய் இருக்கும் என் ஆசை..
முற்றுப் புள்ளியாய் என்று ஆகும்

சம்யுக்தா

கெட்டியான கனவு

எனது கனவு சாதாரணமானதல்ல
சற்றே வித்தியாசமானது!

எங்காவது தொலைந்து போக ஆசை
எனை நானே தொலைத்து போக ஆசை

எழுத்தாணியின் கவித்துறலில்
இயற்கை அழகை நனைக்க ஆசை

மெல்லிய காகிதமாய் பறந்து
விண்ணிலும் மண்ணிலும் மிதந்து
பயணங்களில் மூழ்க ஆசை....

ஒளியற்ற இரவுகளில்
என்னைச்செதுக்கிய உளியான
கனவுக்கு உயிரூட்ட விழைகிறேன்!

அதன் விளைவாகத் தோன்றும்
புதுப்புது கற்பனைக்கு முழுமையாய் அற்பணித்துக்
காற்றோடு கலைகிறேன்.

ச.ஸ்ரீராம்

சத்தமில்லாமல் வந்த கனவு

பள்ளிப்படிப்பு முடிந்ததும் கல்லூரிக்கனவு.
பாவி மனதினிலே பலிக்கவில்லை
பகல் கனவு
சில சமயம் சங்கடங்கள் மாறாது
சடுதியில் ஆறாது.
வறுமையின் சிவப்பு.
சிவப்பு மட்டும் என்னை சிரிக்கிறது.

எத்தனைக் கனவுகள் வந்து இடையூறு செய்தாலும்.
கண்ணெதிரே வந்தென்னை ஆட்டிப்படைக்கும்
அலங்கோல கனவுகள்.

கால் வயிற்றுக் கஞ்சிக்கும் கந்தலாடைக்கும்
ஏங்கித்தவிக்கும் அன்றாடங்காட்சிக்கு
சந்தோசம் கிடைக்குமா?

பெண்ணென்ற பேதமை நீங்கிடுமா?

வீதியிலே கிடக்கும் எந்நாட்டு மக்களுக்கு

கால்வயிற்று கூழ் கிடைக்கும் நாள் வருமா?
ஏரோட்டும் கூலிக்கு கோவணந்தான் மிஞ்சிடுமா?
ஏங்கிடுதே என்மனது.

தமிழ்ச்சுடர்.

சொல்லப்படா கனவுகள்

அகிலம் ஆட்சிகொள்ள

ஆசைகொண்டாள் அகத்திலே

அடுப்படி ஆக்கிரமிப்பால்

அமைதிகொண்டாள் வீட்டினுள்ளே

ஆடவன் வீரத்தை

விதைத்தாள் மனத்தினுள்ளே

ஆகையால் இகழப்பட்டாள்

சொந்தக் குடும்பத்திலே.

இனிமையான காதலிசை பாடினாள் கவியினால்

இலையுதிர்வாய் சிதறினாள்

உடைந்த மனதினால்

சின்னசின்ன கனவுகளில்

அடைந்தாள் சிகரத்தை

நிஜங்களிலோ முடக்கப்பட்ட சிறகுகளானால்

வீட்டினுள்ளே.

காலங்கடக்கும் கவியினில்

காதல் கொண்டாள்

கண்ணிமைக்கும் நொடியிலும்

கற்பனை கொண்டாள்

கவிநானிலம் காணத்துடித்த கன்னி அவளே

வீட்டிற்குள் ஒடுக்கினர்

கண்ணுற்ற குருடர்கள்

அழகாய் பிறந்த பெண்பிள்ளை ஆயினும்
அரவணைப்பின்றி நீங்கினாள் அன்னையின்
கரங்களினால்.
தரணியைத் தாங்கும் தாய்மை கொண்டவள்
தன்னலம் தகர்த்து மனிதம் போற்றியவள்
மனிதமிருகங்களால் மங்கலான பாதையில் வீழ்ந்தவள்
மாசற்ற மகத்துவத்தினால்
மனங்களில் வாழ்பவள்.

ரா. ரம்யா

சொல்லி மாளாத கனவுகள்

கண்ணுக்கு மை பூசிய காரிகை நான்
கனவுக்கும் பல வர்ணம் பூசுகிறேன்...
றெக்கை கொண்ட மகிழ்ச்சியில் பறக்க
முடிவில் ஈசலின் றெக்கை போல என் கனவு...
புறம் பேசுபவர்களுக்கு பயந்தே,
என் பல கனவுகள் கலைக்கப்படுகிறது
வானத்தையே எட்டிப் பிடிக்கும்
என் கனவுகளுக்கு சென்சார் தடை போடும்
பெற்றோருக்கு மத்தியில்
சமூகத்தினர் என் கனவுகளுக்கு கள்ளிப்பால்
கொடுக்கின்றனர்...

வாழ்க்கை என்ற கண்ணாமூச்சி ஆட்டத்தில்
கடைசி வரை கண்டுபிடிக்க இயலா ஒன்றாய் என்
கனவுகள்...
மண்ணில் புதைந்த விதைகள் எல்லாம்
விருட்சமாய் வெளிவர
மனதில் புதைத்த என் கனவுகள் மட்டும்
சிதைகின்றன என்னுள்...
எல்லையற்ற என் கனவுகளை
எள்ளி நகையாடும் இவ்வுறவுகளால்...
பிறவிக் குருடாய் என் கனவுகள்
சொல்ல முடியாத சோகங்களில் ஆழ்த்துகின்றன
என் சொல்லப்படாத கனவுகள்

கவிஞ. ருத்ரா

சுதந்திரக் காற்றை சுவாசிக்க நெடுநாள் ஆசை

ஏனோ இந்த இரவு பயணத்தில் ஒரு மோகம்
நீண்டு நெளியும் சாலையில் ஓரமாய்
நான் மட்டும் பயணிக்க...
படிக்கட்டை மட்டும் பக்கவாடாய் அமைந்த குளத்தில்
சுதந்திர நீச்சல் அடிக்க-என்ற
சிறிய ஆசைகளோடு மட்டும் நிற்பதில்லை...
என் உடலின் உதவியில்லாமல்
திறமையின் வழி வானம் தொட ஆசை...
ஓரமாக ஒதுக்காமல்
நான் கொண்ட கருத்தினை,
ஊரார் செவிமடுக்க

ஒரு குரல் கொடுக்க பேராசை...
தவறுகண்ட இடந்தனில் தன்வழி செல்லாமல், தட்டிக்
கேட்க பல நாள் ஆசை...
உதவ மனமிருந்தும், ஊரார் வம்பென கொஞ்சமும்
யோசிக்காமல் உதவிட நெடுநாள் ஆசை...
குருதிக்கொடையில் உடன்பாடு,

கொடுமை கடவுளும் ஆணாயிருக்க வேண்டும்
பிறப்பிலேயே முரண் வைத்து விட்டார்...
எத்தனையோ நாட்கள் சிறகு விரிக்கும்,
பறக்க மட்டும் மனம் ஏனோ தவிக்கும்..

தமிழ் காதலி மாளவிகா ராஜேந்திரன்

பாவை சுதந்திரத்தின் நிலைமை

சுதந்திரம் அடைந்தது
நாடு ஒன்றே தவிர
நாட்டில் உள்ள பாவைகள் அன்று.!
மாற்றங்களை கண்டது
நாடும் நகர்களும் மட்டுமே
பெண்களின் வாழ்கை அன்று.!
சில காமக் கொடூர அரக்கர்களின் இச்சை
பதம் பார்த்துவிடுகிறது
பெண்மையை.
அரக்கர்களை வெளியே அலைய விட்டு
இறைவன் குடிப்புக
கோவில் வேண்டுமாம்
கட்ட வேண்டியது
கோவில்களை அல்ல,
வெட்ட வேண்டியது
எதை? என்று யோசியுங்கள்
பெண்களுக்கு பாதுகாப்பு
கிடைக்கும்..

மு. மம்தா

பாவை மறந்த பாதைகள்...

அகிலம் போற்றும் பெண்மை சில எல்லைக்குள்
முடிந்து விடுகிறது.
எண்ணற்ற ஏக்கங்கள் ஒரு சில விருப்பங்கள்
மண்ணோடு மடிந்து விடுகிறது.

யார்கிழித்த கோடோ
தாண்டவும் முடியாமல் தப்பிக்கவும் முடியாமல்
தவித்திடும் தனிமையின்
கொடூர பாரமிது.

எந்த பெயர் அவளுடையது என்று அவளே
தீர்மானிக்க முடியாத புதிரான உலகில்
மற்றவர் எப்படி நினைப்பார் என்றே கழிகிறது
காலமும்.

ஊளையிடும் ஓநாய்களுக்கு இடையில் ஓலமிடும்
பெண்ணாய் இருந்த நாட்கள் போதும் என்று
நினைத்தாலும் உடல் பசிக்கு உணவாய் உடலை
சிதைத்துத்தான் தின்கிறது சில மிருகங்கள்.

கூர் முட்களில் மாட்டிக்கொண்ட சிறு கிளியாய் இரத்தம்
சிந்தி மீட்க முடியாமலே இறந்து விடுகிறது
சில பெண்ணின் கனவுகள்....

சாலமோன்.எ

பெண்ணின் அவலநிலை...

தனது வாழ்க்கையில் கனவுகளை சுமந்து
கனவோடு வாழும் காரிகை நான்.!
பல இடங்களில் அவமானமும்; வேதனையும் சுமந்து
ஆடைகள் அணிந்தும் அணியாதாது போல்
தோன்றும்.!
அப்பாதையில் கடந்து கடந்து என் இதயம் - ஏனோ
கல்லாய் மாறிப்போனது.!
மீண்டும், அப்பாதையில் நடக்க துவங்கினேன் -
இப்போது
கல்லாய் அல்ல துணிவாய்.!
வார்த்தையில் வாழ்க்கை இல்லை - ஆனால்
வாழ்க்கையில் வார்த்தைகள் உண்டு.!
அதுபோல, காணும் இடங்களும்; பார்க்கும் படங்களும்
வெவ்வேறாக இருக்கலாம் - அதில்
அர்த்தங்கள் ஒன்று தான்...
(பெண்ணின் சொல்லப்படா கனவுகள்)
இப்பாதையில் அடையாளம் தேடும் காரிகை நான்..!!

Arthimalaiyarasu

பெண்ணின் இமை உதிரம்...

சிறகு முளைத்தும் வான்தொடா சிறைப்பறவைகள்
'பெண்கள்'.
கருவறை திறந்து வெளிவரும் முகங்கண்டு
சுற்றத்தினதும், அம்மையப்பனினதும் நொடிநேர
முகச்சுருங்கலில் தொடங்குகிறது பெண்மையின்
கனவுகளுக்கு எதிர்ப்பரிசு.

பெற்றோர், உடன்பிறப்புகள்,தோழன், தோழி முதல்
கைபிடித்தவன் வரை
தன் எண்ணங்களுக்கு
செவிசாய்க்க மாட்டார்களா என
உள்ளே குமுறி வெளியே நகைபரவும் கிளிஞ்சல்
கனவுகளே
பெண்களுக்கு சொந்தம்.

சின்னச்சின்ன ஆசைகள் தொடங்கி பெரிதாய்
புதுமையாய் சாதிக்க வேண்டுமென்பது வரை நீள்கிறது
இவர்கள் கனவுகள்.

எண்ணங்களை உடனிருப்போரிடமே கூறத்தயங்கும்
சுதந்திரத்தில் நிழலாடுகிறது
இவர்களின் உலகம் காணா பல கனவுகள்.

பருவ மாற்றத்தால் சமூகமிடும் வேலியால்
உலகப்பார்வைக்கு அஞ்சி புதைக்கப்படும் இவர்களின்
கனவுகள் ஏராளம்.

அணியும் அணிகலனோசையால் பெண்மையை
அடையாளம் காணும் சமூகம் ஏனோ இவர்களின்
மனவோசைக்கு செவிசாய்ப்பதில்லை.

தந்தை கரம் காட்டுபவனுக்கு கழுத்தை நீட்டும்
மனோதிடத்தினுள்ளோ புதைந்த இவர்களின் கனவுகளே
அதிகம்.

பெண்மையின் கனவென்பது தொலைதூரமல்ல.
நம் கண்முன்னே கடக்கும்
பட்டாம்பூச்சியின் சிறகு போலத்தான் இசைந்து
கொண்டிருக்கிறது.

'மென்மை' எனும் போர்வை போர்த்தி "இப்படித்தான்
இருக்க வேண்டும் பெண்மை" என்ற ஒருவரியில்
அமிழ்ந்தே போகிறது
இவர்களின் சொல்லப்படாத
பற்பல கனவுகள்...

நான் அமரன்

பெண்மையின் எதிர்பார்ப்பு

பெயரளவு சம உரிமை களையப்பட்டு -

பெரும் பதவிகளில் எங்களை அமர்த்த வேண்டும்...

கணவனை இழந்தவள் இவளென்று -

ஒதுக்கும் சமுக மூடத்தனத்தை ஒழிக்கும்

புதுமை எண்ணம் வரவேண்டும்...

கல்லூரிப் படிப்பை முடித்தாலும் -

கணவன் கட்டளைக்கு அடிபணிந்து அடுப்பங்கரைக்கு

செல்லா நிலை வேண்டும்....

வளரும் குழந்தைகள் என தெரிந்தும் -

வன்கொடுமை செய்யும் மிருகத்தை தண்டிக்க உரிமை

தரவேண்டும்....

உடல் வலிமை உள்ளவள் பெண்ணென்று-

உலகம் உரக்கச் சொல்லும் உண்மை வேண்டும்...

ஜெயசீலன் கவிக்குரல்

பெண்ணாய் பிறப்பு

பிறப்பில் உயிர்பெறும் கனவுகள்!
மனிதனாய் பிறக்கையில் முளைத்து
துளிர்விடுகிறது பிரம்மாண்டமாய் கனவுகள்!
பிறப்பெடுக்கும் உயிர்களுக்கு பெண்மையே
காரணம்!
பெண்ணாய் பிறந்ததே கனவுகள்
தொலைய முக்கிய காரணம்!
மலர்ந்த ரோஜாவை முள்வேலியால்
முட்டுக்கட்டை போட முதல்காரணம்?
காதல்மோகத்தின் போதை பாதிகாரணம்!
போதைநாய்களின் வேட்கை மீதிக்காரணம்!
பாதுகாப்பை முன்நிறுத்த பல காரணம்!
பாலியல் அச்சுறுத்தல்
படிப்பை நிறுத்த பாதிகாரணம்!
ஆயிரம் காரணம் 'ஆபரணமாய்' கழுத்தை நெருக்க
கனவுகள் தொலைத்து கல்லாய் அமர்ந்தாள்
மணமேடையில்
கனவை காலமெல்லாம் கட்டிப்போட கால்கட்டு
கடைசி காரணம்!

ஸ்ருதி, மயிலாடுதுறை

பெண்ணிய கனா

பெண்ணின் கனவுகள்,
அவள் விழிகளுக்குள் உறங்குகிறது,
திறந்து மூடும் இமைகளாய்,
ஆணாதிக்கம்.

ஆண்பிள்ளைக்கு அன்புப்பால்,
பெண்பிள்ளைக்கோ கள்ளிப்பால்,
புரையேற்றி மகிழ்கிறது,
மானுடம்.

பெண், கவிதைகளில்
அழகானவள்,
சாத்திரங்களிலோ புனிதமானவள்,
யாவுமே பொய்கள்,
நடைமுறையில்

வற்றாத பெருநதியாக வன்முறைகள்,
அடுக்கடுக்கான அடக்குமுறைகள்,
வெளிவராத திரைச்சுவடாய்,
அவள் கனவுகள்.

ஆராத கனாக்கள் ஆயிரமுண்டு,
அவள் முதற்கனவு
ஒன்றே,
வீட்டுச் சமையலறையில் பாலின சமத்துவம்

இனியன்

பெண்ணின் சொல்லப்படா கனவுகள்

விடியும் சூரியனுக்கு முன் விழித்திடும் மகராசி!
சமையல்கட்டு மட்டும் சாம்ராஜ்ஜியமாய் வாழ்ந்திடும்
மகராணி!
பாதாளம் மேலுலகில் என அகிலம் ஆளும் கனவு
இல்லை இவளுக்கு!
பிடித்த படிப்பை எடுத்து படித்திட வேண்டும் என்று
ஓர் கனவு!
எனக்கு ஏற்றவன் இவன் என தேர்வு செய்ய வேண்டும்
என்று ஓர் கனவு!
ஆசைப்படும் பொருள் எல்லாம் அவளாய்
வாங்கிக்கொள்ள வேண்டும் என்று ஓர் கனவு!
கஷ்டம் வரும் வேளையில் தன்னவருக்கு உதவிட
வேண்டும் என்று ஓர் கனவு!
சமூகத்தில் தன் கருத்தை தைரியமாக உரைத்திட
வேண்டும் என்று ஓர் கனவு!
கண்ட கனவு எல்லாம் நினைவாக வேண்டும் என்று
எண்ணி எண்ணி,
தன் சமையல்கட்டு சாம்ராஜ்ஜியம் நோக்கி
புறப்பட்டாள் மகராணி!
யாருக்கும் சொல்லப்படாத
தன் கனவுகளுடன்

Dinesh Babu

பெண் நம்பிக்கை

மலரப் பிறந்தவள் நீ
ஒரு போதும் உதிர்ந்து போகாதே...
ஒளிரப் பிறந்தவள் நீ
ஒரு போதும் ஒளிந்து கொள்ளாதே...
ஆக்கப் பிறந்தவள் நீ
ஒரு போதும் அச்சம் கொள்ளாதே...
பெண்ணே! உன் பலவீனத்தை
புன்னகையால் மறைத்துவிடு...
உன் பலத்தை கனல் நிறைந்த பார்வையால்
காட்டிவிடு...
உன் அன்பை, விழிகளுக்குள் ஒதுக்கிவை உன்
அன்புக்கு தகுதியானவர்களிடம் கொடுத்துவிடு...
கோபத்தை, புருவத்தில் பதுக்கிவை
உன்னிடம் எல்லைமீறுபவர்களை கையாள
உபயோகித்திடு...
ரௌத்திரம் பழகிவை, அநீதியை காணும் பொழுது
ரௌத்திரத்தை உன் குரலில் தெறிக்கவிடு...
நான் ஒரு பெண்தானே என்று எண்ணாதே நான் ஒரு
பெண் என்று கர்வம் கொள்...
அகிலத்தின் உச்சம் தொட்டிட
பிறந்தவள் இந்த காரிகை...
தன் நம்பிக்கையோடு
தனித்தே நடைபோடு.

Gomathi kannan

பெண்ணின் கனவுகள்....

பெண் என்பவள் பேதையோ...

பேரிலம் காக்கும் மேதையோ...

வற்றா நதியாய் இவள் கனவு

வளம் பாய்த்தாலும் தேங்கிய நீராய்

ஓடைகளுள் ஒளிந்துமறைந்ததேனோ...

எட்டுத்தீக்கும் பலம் சேர்ப்பதோ இவள் பார்வை..

கொட்டித் தீர்க்கும் கோபம் அடங்குவதிலே இவள்

கோர்வை...

பெண்ணிய கனவுகள் கண்ணீராய்.. வெண்ணீராய்

உள்ளுக்குள் சுட்டாலும் வெண்மழையின்

பன்னீராய் பயிர் பெருக்கும்....

V. Indhulakshmi

பெண் மனது

பெண் பெண்ணாக பிறப்பதே
பெரும் கனவுதான்...
கருவறையிலே கல்லறைக்கு
செல்லாமால்,
பூமிதனில் பூவாக பிறப்பதும்
கனவுதான்...

ஆசைப்பட்ட கல்வியைப் படிப்பதும்...
மனதிற்கு பிடித்த பணியை செய்வதும்...
ஆபாசம் நிறை உலகத்தில்
அன்பாய் பழக ஆண் நண்பன் கிடைப்பதும்...
சுதந்திரமாக சுற்றி வருவதும்...
ஆளான பின்னர் மணம் முடிப்பதும்...
மண முடித்த வீட்டில் மகிழ்ச்சியாய்
வாழ்வதும்....
கட்டிய கணவன் அன்பாய் பேச வேண்டும்...

ஆறுதலாய் பேசி அன்பு மழையில்
நடக்க வேண்டும்...
காலம் முழுவது கை கோர்த்து
நடக்க வேண்டும்....
காலத்தின் கனவாக காரிகையின்
கனவுகள்.....

ரா.வெங்கடேசன்

பெண்ணின் நிறைவேறாத கனவு...

ஒரு பெண்ணின் கனவுகள்

அவளது மகத்துவத்திற்கு ஒரு குறியீடாகும்.!

சிறிய கனவுகளை காணாதீர்கள்...

அவைகளுக்கு பெண்ணின் இதயத்தை

நகர்த்தும் சக்தி இல்லை..!

ஒரு சிறந்த தலைவிக்கு எண்ணங்கள் நிறைவேற்றும்

தைரியம்

தன் வேட்கையிலிருந்து வருகிறது...

தன் நிலையிலிருந்து அல்ல.

உறங்காத இரவுகள்,

நிறைவேறாத கனவுகள்,

ஏற்காத காதல்கள்.,

என்றும் மனதின் சுமைகள்..

Sangeetha.B

பெண்ணும் - தமிழும்...

மெல்லினம்

இடையினம்

வல்லினம்

தமிழுக்கு மட்டுமல்ல...

தாயாய் இருக்கையில் மெல்லினமாய்...

காம வல்லூறுகளுக்கு இடையில்

வல்லினமாய்...

மொத்தத்தில் தமிழ் போல்

இருந்தோம்..

தமிழ் நசுக்கபடுவதை போல..

நாங்களும் நசுக்கபடுகின்றோம்..

சில ஆதிக்க சக்திகளால்..

தமிழ் என்றும்

தழைக்கும்...

தமிழ் போல

நாங்களும்..

சமுத்திரம்

கமண்டலத்தில்

அடைபடுமா..

தமிழை அந்நிய மொழிகளால்

அழித்திடத்தான் முடியுமா..

சாதி மழையில் முளைத்த

காளான்களால்

எங்கள் கால்களை

கட்டிடத்தான் முடியுமா..

கப்பல் உருவாக்கப்பட்டது

கடலில்

ஓடத்தான்..

கரையில் நிற்பதற்கல்ல..
உலகாளப்போகும்
நாங்களும் தான்
ஒதுங்கி இருக்க
பிறக்கவில்லை..
களம் காண்போம்..
கடிவாளம் போடுவோம்
பெண்மையை மிதிக்கும்
மக்களுக்கு...
தமிழால் பாமாலை
சூட்டுவோம்
பெண்மையை
மதிக்கும்
மானுடத்திற்கு....

சந்தான கிருஷ்ணன்.ச

பெண்மையின் கனவு

இரவுக்குச் சொந்தமான யாருமில்லா அழகிய
சாலையில்,
தன் சுதந்திரச் சிறகுகளை விரித்து தனிமையை
சுவாசிக்க கனாக் கண்டாள்!
பாவை மேல் பழிகளை திணிக்கும்
கூட்டை விட்டு,
பரவசத்தை பரிசளிக்கும் பரந்த புவியை உலா வர
கனாக் கண்டாள்!
திருமணம் தேவையில்லை என்று கூறி,
தன் திறமையை தேடி காதலிக்க
கனாக் கண்டாள்!
ஆண்களின் பார்வையினால் அவளை தலைகுனியக்
கூறியதால்,
இப்புவிக்கு தன் சாதனை முகத்தை காட்ட கனாக்
கண்டாள்!
தன் திறமையால் செழிக்க நினைத்த பாவை,
தந்தையின் ஒற்றைச் சொல்லால்
முடங்கிக் கிடக்கிறாள்!
காற்றாடியாய் பறக்க நினைத்த பெண்ணோ,
கணவன் கைக்குள் சிக்கித் தவிக்கிறாள்!
இவை அனைத்தும் தன் கனவுகளை
வெளிப்படுத்தாததால்!
உங்கள் கனவுகளை வாய் திறந்து சொல்லுங்கள்!
வாழ்வில் சிறகடித்து பறந்து செல்லுங்கள்!

கார்மேகக்குழலி

பெண்ணின் வாழ்வே ஒரு தவ வாழ்வுதான்

பெண்ணை வன்புனர்வு செய்யா உலகம்
வேண்டும்.
அய்யகோ..
"என் போன்ற பெண்களை நசுக்கி மிதிக்காத நாட்களே
இருக்காதா" என்று ஏங்குகிறது என் மனம் தினம்
தினம்!
பருவ பெண்கள் மட்டுமல்ல,
பச்சிளம் சிசுக்களையும் விட்டு வைக்காத
கொடிய மனது
அவர்களை பெற்றேடுத்தவளும் பெண்தானே
படிப்பது ராமாயணம்
இடிப்பது கோவில் என
கையெடுத்து கும்பிடும் அனைத்தும்
பெண் தானே பெண் தெய்வங்களாக.
தெய்வமாக பெண்களை பூஜித்து விட்டு
அதே பெண்ணினங்களை வன்புணர்வால்
எப்படி புசிக்க தோன்றுகிறதோ!
நானும் என் குறிக்கோளை கனவிலே காண்கிறேன்
என் முதலும் முடிவுமான கனவு
என் ஆசை என் உணர்வு எல்லாமே
"பெண்ணை வன்புணர்வு செய்யா உலகம் வேண்டும்"
ஆம் அது தான் என் கனவு என் கனவு மெய் பட
வேண்டும்"

உங்கள் முத்துராஜ் செல்வி

மங்கை அவள்

நிழலெனும் வேலி விடுத்து

நிஜமெனும் மாயையில் சிக்கினாள்

மங்கை அவள்

நாணம் எனும் உணர்ச்சி பெற

சின்னதாய் ஆசையை மறைக்க துவங்கினாள்

மடந்தை எனும் நிலை மாற

பாலினம் எனும் வட்டத்திற்குள் நுழைந்தாள்

வட்டத்தின் விட்டம் சிறிதோ என்னவோ

தோள் மீது கை போடும்

அவன் நட்பை இழந்தாள்

மனதோடு நாணம் சேர்ந்து பேச

ஆரம்பித்த அரிவையில்

மனதிற்கு தாழ் போட்டாள் அனிச்சையாக..

இத்தனை நிலைகளை கடந்த பின்பும்

நிஜத்தோடு ஒன்றிப்போனாள்

மெல்ல கனவுகளைக் கலைத்து...

சாம்சிபி

மங்கையின் ஆசை

விண்ணைத் தொடும் அளவிற்கு
சாதனை செய்வது,
ஆணுக்கு இணையாக திறமையை தன்வேலையில்
உணர்த்துவது,
எவரையும் சாராமல் தனித்து
வாழ்ந்து காட்டுவது,
நம் வாழ்வின் முடிவுகளை நாமே எடுப்பது,
சகோதரனை போல
தனக்கு மதிப்பு அளிப்பது,
நள்ளிரவில் தனியாக வாகனத்தில் வெகுதூரம் செல்வது,
நம் ஊதியதில்
பெற்றோருக்கு வீடு வாங்கி தருவது,
ஈன்ற பொழுதினும் என்று
குறளை உணர வைப்பது,
ஆண் நண்பர்களுடன் பழகுவதை
தவறாக உலகம் பார்க்காதிருப்பது,
திருமணத்திற்கு பிறகும்
பெற்றவருக்கு உதவும் உரிமை அளிப்பது,
கணவன் வீட்டார்
தன்னை மகள்போல பார்ப்பது-என பெண்ணின்
மனதின் கனவிற்கு எல்லையில்லை,
அதை அறிய யாருக்கும் நேரமில்லை.

அ.ர.கவிதா

மங்கையின் மனம் ஏங்கும் கனவு

அந்திச்சூரியன் அழகாய் எழ
கரைந்திட்ட காகமும் அமைதியாக

வந்தோரை வரவேற்கிறார் அப்பா
தன் மகளும் மணமகள் பூரித்தாள் தாய்

சிறாரும் சில்வண்டாய் சுற்ற
அடுத்தாத்து கதைகளை
பெண்டிரிரும் பேசிட

உள்ளூர் முதல் உலக அரசியல் வரை
விவாதப்பொருளாய் ஆண்களும்
மங்கலநாண் கொண்ட தட்டை
மகிழ்வுடன் மங்கை கொண்டுவர

கெட்டிமேளம் கொட்டியது
மஞ்சக்கயிறும் மார்பை தொட்டது
மஞ்சள் அரிசியும் மளமளவென
ஆசிர்வதிக்க

செல்லாயி எந்திரிப்புள்ள என அம்மாயியும் அழைக்க
சத்தம் கேட்டு திடுக்கிட்டாள்
தனது சொல்லப்படாத கனவுகளுடன்
அடுப்படி நோக்கி நகர்ந்தாள் அந்த இளம்
கைம்பெண்..

இளையோன் முத்து

மழலை பருவம் தாண்டிய மங்கையின் மொழி

உதிரத்தின் வலியை உணர்வதற்கு முன்பே

உடல் வலியை உயர்த்திவிட்டனர்

காமம் கொண்ட காமுகர்கள்...

என் கதறலை சிறிதும் கூட பொருட்படுத்தாமல்

அவர்களின் இச்சைக்கு இரையாக்கினர்

எனது உடலை...

சிதைந்து போயின

எனது எதிர்கால வாழ்க்கையும் இலட்சியமும்...

சொல்லப்படாத கனவுகளாகவே...

என்னை பெண்ணாய் படைத்த இறைவனிடம்

பத்து மாதம் மட்டும் பாதுகாப்பை உணர்ந்த

"தாயின் கருவறையோ" அல்லது

நீண்ட நெடு உறக்கம் கொள்ள

"அமைதியாக கல்லறையோ"

வேண்டும் என்று கேட்கிறேன்

வலிகள் நிறைந்த வார்த்தைகளோடு...

ரேவதி பால்மாணிக்கம்

மலடான கனவுகள்

மண் திட்டுகளை உடைத்தெழும்

விதைகளை

வீரியம் குறைந்திட செய்யும்

பூச்சிக்கொல்லிகளை போல

வான் நோக்கி பயணப்படும்

பெண்களை

தேவையற்ற அடக்குமுறைகளும்

பாதுகாப்பில்லா சமூகமும்

ஒடுக்குமுறையின் ஓலங்களும்

ஒன்று சேர்ந்த பாய்ச்சலில்

கனவுகள் எல்லாம் மலடாய் போனது.

சந்திரசேகரன் பாபு

மனக் கூண்டில் பல ஆசை

பிஞ்சாய் பஞ்சு வயிற்றில்

உருவான பொழுது!

கள்ளிப்பால் தாக்கத்தால் வாய்பொத்தி,

வாழ ஆசை என்று வாயிலே வதக்கினேன்!

சூனியக்காரர்கள் சூழ்ச்சியால்

சூரிய நமஸ்காரத்திற்கு முன்னே

சாவை சந்தித்தேன்!

மீறி மண்ணிலே பிறப்பெடுத்தபொழுது பின்தள்ளி,

"எவனுக்கோ கழுத்து நீட்டும் கன்னி,

உனக்கெதற்கு கல்வி?" என்ற கேள்வி!

உறுதியாய் உள்ளம் மகிழ்ந்து தலைநிமிர்ந்து,

உலா வந்தால் ஊடுருவி வரும்

காதல் தொல்லைகள்!

உதறிவிட்டு சென்றால்

நாளெல்லாம் நடுக்கம்!..

வஞ்சகத்தால் அமிலத்தில் குளிப்பாட்டாம் அவலங்கள்!

இதற்கான பிறப்பல்ல எனது!

கண்ணீரென குரல் கொடுக்கும் கதாநாயகி நாங்கள்!

வலிகளே இருப்பினும் வானம் படைக்கும் உன்னதம்

நாங்கள்!

ஆக்கிப்போட வைத்து அடக்காதே!

அகிலம் ஆள வழிவிடு!

அடுப் பூத வைத்து புகைவர வைக்காதே!

அண்டம் எங்களால்,

சுவாசிக்க முடிவெடு!

சிறுவயதிலே சிசு சுமக்க ஆசையில்லை!

சாதனைகள் தொட்டு சிறக்க ஆசை!

மூடி இருக்கும் கனவிற்கு

கதவு திறக்க முற்படுங்கள்!

ABITHA S

சிறுவயதிலே சிசு சுமக்க ஆசையில்லை!

மூடர்சமூகத்தின் பதக்கம்

மூடர் சமூகத்தின் முன்னே, தன்

சாதனைப் பதக்கத்திற்கு என்றும்,

மதிப்பில்லை என்று உணர்த்தவள்,

திருமணத்தின் அன்று மேடையில்,

ஒருநொடியே மூடிய விழியில்,

திறந்த திரையில், தன்கனவு

சிதைப்படக் கண்டும், மௌனமாய்

மனம் கதறியபடி, சமூகத்திற்கு,

தலை குனிந்தாள் அவள்!

மற்றுமோர் வாடிய கனவாய்!

கோகுல் குமார். சி

தொலைந்துபோன கனவு

கனவைச் சுமந்துத் திரிந்தவள் தான்
உணவைச் சமைத்து மகிழ்கிறாள்...!!
கழிந்த கனவின் மிச்சங்களைத் தன்
இறுதி வரையில் சுமக்கிறாள்...!!

பாசமென்னும் கயிறு கட்டி
பொறுப்பு என்னும் சுமையை ஏற்றி
கனவு என்னும் கோட்டை நோக்கி
மூச்சு முட்ட நடக்கிறாள்...!!

கயிறதுவோ இழுத்தறுக்க
பாரமது உந்தித் தள்ள
கனவை அவள் கைவிட்டுத்
தன் உள்ளுக்குள்ளே புதைக்கிறாள்...!!

கைபிடிக்க பின் தன் சுமை இறக்க
தனக்கோர் சிறகளிக்க
ஓர் மனதைத் தேடித்தான் தவிக்கிறாள்...!!

பாசமொரு சுயநலம்
அனைவருக்கும் அவர்நலம்
உணர அவளே வெறுக்கிறாள்...!!
தான் கொண்ட கனவைத் தவிர்க்கிறாள்...!!

தன் ஓசை கொண்டு
ஆசைகளைக் கண்ணீர் கொண்டு கனவுகளைக் கத்திக்
கதறித் தீர்க்கிறாள்...!!

வீட்டின் ஓடறியும் அவளின் ஓலங்களை...!! சுற்று
சுவரறியும் அவளின் கனவுகளை...!!
அந்தக் கிணறு சொல்லும்
அவளின் கேவல்களை...!!
தினம் வரும் காகம் சொல்லும் அவள் மறைத்த
கதைகளை...!!

சுற்றமறிந்த தன்னைப் பற்றி ஏதுமறியா உயிர்களுக்காய்
மீண்டுமவள் அடுப்பெரித்தாள்...!!
தன் கனவுகளை விறகுகளாய்க் கொண்டு...!!

சந்தீப் குமார்

தெரியாமலே சொல்கிறேன்

களி மண்ணில் செய்த பொம்மை,

காய்ந்து கூடப் போக வில்லை,

கல்விக்காக சுமந்த ஏடுகள் - இன்னும்

கால்பக்கம் கூட நிரம்ப வில்லை...!

ஆசான் சொல்லித்தந்த "அ" என்ற எழுத்து,

எழுதி கூடப் பழக வில்லை,

தந்தை தந்த காசுகளை - இன்னும்

சேமிக்க கூடப் பழக வில்லை...!

அம்மாவின் சமையலில்,

அறுசுவையை கூட ருசித்ததில்லை,

கழிவறை சென்று - முழுமையாக,

கழுவ கூடத் தெரிய வில்லை...!

இவையெல்லாம் தெரியாமலே செல்கிறேன்,

வேறொரு வீட்டுக்கு - என்

கனவுகளை கனலாக மாற்றிக்கொண்டு...!

அப்சல்

நான் பார்த்த காரிகைகள்

நான் பார்த்த காரிகைகள் சமூகத்தில்

அவர்கள் கனவுகளை மறைத்துவிட்டு

குடும்ப கனவுகளுக்காக உழைக்கும் தேவதைகள்...

நான் பார்த்த சில காரிகைகள்

தங்கள் அழகினை வைத்து ஆடவரை மயக்கும்

இச்சை பூக்கள்...

காரிகை மனதை புரிந்து கொள்ளாத ஆடவர்கள்

நிறைய..

நான் பார்த்த காரிகைகள் அவர்கள்

உழைப்பு, வீரம், நம்பிக்கை, முயற்சியால்

இவ்வுலகில் மின்னும் நட்சத்திரங்கள்.

பா. ஹரிஷ்

வாழ்வின் வண்ணம் மாற்ற வந்தவள்

அவளா? என்ற நான்

அவளே என்றானேன்

விநாடிகளுக்குள் பலமுறை வினாவி கொண்டேன்

என்னோடு

என்னோடு அவள் வாழ்க்கைக்கு

அழகில்லை காதலில்

காதல் அன்பாலே அலங்கரிக்கப்படுகையில்

அவள் என்னை அலங்கரிப்பாள் அன்பால் என்பால்

கொண்டுள்ளதால்

சிந்தனை சிதறின

சேகரித்தேன் பின்னே

அவள் சரியே

என்னவள் எனக்கானவள் என்னுள் அவள்

Anush

விடியலைத் தேடி

தொட்டு விடும் தூரம்தான்
தொலைவில் இல்லை வானம்!
எட்டி விடும் உயரம்தான்
என்றுமே இமயம்!
பட்டு விடும் மேனிதனை
பட்டறிவால் பலப்படுத்து!
விட்டுவிட்ட பக்கங்கள்
வெறுமையாய் சரித்திரத்தில்!
இட்டு நிரப்ப உன் பெயர் இருக்க
இன்னும் ஏன் விசித்திரமாய்!
விட்டிலுக்கும் வெளிச்சமுண்டு
வீறு நடை போட்டு!
எட்டுத்திக்கும் உன் பெயரை
ஏற்பது போல் காட்டு!

அன்பன்   தென்றல் ச. தர்மன்

விடைதேடி நான்

கரு சுமந்து கருணை சுமந்து - வலி சுமந்தும்
இவள் மொழி கேட்க ஆளில்லையோ?

சிதையும் இவள் எண்ணங்கள்- கலையும் இவள்
கனவுகள் -கதறும் இவள்
கூக்குரல் ஒலிகள்
அடுக்களையில் முடிந்து போகும்
இவள் ராட்சியம்

சீறி எழுந்தாலும் -இவள்
சிதைக்கப் படுவதேனோ?
கதறி அழுதாலும் -இவள் கனவுகள்
கலைக்கப்படுவதேனோ?
கணவன், குடும்பம்,
பிள்ளைகள் என பல
எல்லைக்கோடுகளுக்குள் இவள் கனவுகள்
முடிவதேனோ?

சுதந்திர பூமியில் -இவள் கனவுகள் மட்டும் நனவாகமல்
போவது ஏனோ?
மலரினும் மெல்லியவளின்
கனவுகள் வசந்தத்தை

இழப்பதேனோ?
இப்படி இவள் வாழ்க்கை
சகாப்தமே சொல்லப்படாத
கனவுகளாய் போவதற்கு
காரணம் தான் என்னவோ?

விடை தேடி........ நான்!

RAJKUMAR S

Poetry World Org.

www.ingramcontent.com/pod-product-compliance
Lightning Source LLC
LaVergne TN
LVHW051452170726
843492LV00002B/657